# மாவோ கவிதைகள்

தமிழில்:
## எஸ். ஏ. பெருமாள்

**நியூ செஞ்சுரி புக் ஹவுஸ் (பி) லிட்**
41-B, சிட்கோ இண்டஸ்டிரியல் எஸ்டேட்
அம்பத்தூர், சென்னை- 600 098.
☎ : 26359906, 26251968

| | | |
|---|---|---|
| Title | : | **MAAVO KAVITHAIKAL** |
| Author | : | *S.A. Perumal* |
| First Edition | : | March, 2005 |
| Second Edition | : | September, 2008 |
| Copyright | : | Publisher |
| Code No | : | A 1333 |
| ISBN | : | 81 - 234 - 0910 - 9 |
| No.of pages | : | x + 62 = 72 |
| **Price** | : | **Rs.25.00** |
| Type set | : | NCBH Computers |
| Wrapper Design | : | Chandran |

## முன்னுரை
## அனைத்து இலக்கியப் பெருஞ்சுவர் மாவோ....

மனிதனைப் போல இயற்கை
அத்தனை வேகமாய் முதுமையடைவதில்லை.
பருவ காலங்களின் சுழற்சியில்
ஆண்டுதோறும் வசந்தம் வருகிறது.
இப்போதும் வசந்தம் வந்துவிட்டது.
போர்க்களத்தின் மேலே – ஆகா!
மஞ்சள் மலர்கள் எத்தனையழகாய்
பூத்துக் குலுங்குகின்றன!

இலையுதிர் காலமும் ஆண்டுதோறும்
எப்படியும் வந்து சேருகிறது
பெருங்காற்று வீசுது பாருங்கள்
வசந்தகாலத்தைப் போலின்றி
எங்கும் வெளிச்சமயமாய்.

எல்லையற்ற வானும், நீரும்
முடிவற்ற எதுகை மோனையில்
கரைந்துபோய் விடுகின்றன.

இது சீனப் பெருந்தலைவர் மாவோ எழுதிய கவிதை. அவரது கவிதைகளில் சீனாவின் பழங்கதைகள், பழம் பாடல்களைக் கேட்க முடியும். புதிய கவிதைகளும் நடப்புலகின்

மாட்சியை எதிரொலிக்கும் பாடல்களும், குறுங்கதைகளும், நெடுங்கதைகளும் மாவோவின் உரைகளில் பிரதிபலிக்கும்.

மாவோ ஒரு தத்துவ மேதையாய், புரட்சியின் தளபதியாய் திகழ்ந்ததோடு சிறந்த கலை இலக்கியவாதியாகவும், வழிகாட்டியாகவும் வாழ்ந்தார். அவரது இலக்கிய முகம் பிரகாசமிக்கது. மாபெரும் சீனப்புரட்சியின்போது கலை இலக்கியவாதிகளின் படைப்புகளும், செயல்பாடுகளும் எப்படியிருக்க வேண்டுமென்பது பற்றி மாவோ வழி காட்டினார்.

சமூக மாற்றத்திற்கான புரட்சிக் கடமைக்கும், கலை இலக்கியத்திற்கும் இடையிலான சரியான உறவைப் பற்றி மாவோ விளக்கினார். புரட்சி நடவடிக்கைகளுக்குக் கலையும், இலக்கியமும் பலமான ஆதாரமாய்த் திகழ முடியும் என்பதை அவர் படைப்பாளிகளுக்கு விளக்கினார். வர்க்கப் போராட்ட முனையிலும், ராணுவ முனையிலும் எதிரிகளை முறியடித்து வெற்றி பெறுவதற்கு ஒரு கலாச்சாரப் படையும் இருப்பது அவசியமென்று அவர் வலியுறுத்தினார்.

தொழிலாளி, விவசாயிகள், எழுதப் படிக்கத் தெரியாதவர்கள் கூடப் புத்தகங்கள், பத்திரிகைகள் படிக்க விரும்புகிறார்கள். நாடகம், சினிமா பார்க்க ஆவல் கொள்கிறார்கள். இசை பாடுவதிலும், பாடல்களைக் கேட்பதிலும் ஆர்வமாயிருக்கிறார்கள். அவர்கள் நமது கலை, இலக்கியங்களையும் ரசிக்கிறார்கள். நாம் செய்ய வேண்டியதெல்லாம் அவர்களுக்கு நமது நிகழ்கலைகள் மீதான ஆர்வத்தைத் தூண்ட வேண்டும். அவர்களுக்கு எளிய முறையிலான நிகழ்கலைகள் மூலம் நமது அரசியல் தத்துவ நிலைகளைப் புரிய வைக்கவேண்டும் என்றார் மாவோ.

சுரண்டுபவர்களுக்கும், அடக்கி ஒடுக்குவோருக்கும் ஒரு நிலப்பிரபுத்துவக் கலையும், இலக்கியமும் இருக்கிறது. அது நிலப்பிரபுத்துவ வர்க்கத்திற்குச் சேவைபுரிகிறது. அது

நிலப்பிரபுத்துவக் காலத்தில் ஆண்ட வர்க்கத்திற்குச் சொந்தமானது. அது இன்னும் ஓரளவுக்குச் செல்வாக்குடன் விளங்குகிறது. முதலாளி வர்க்கத்துக்குச் சேவை செய்யும் முதலாளித்துவக் கலை இலக்கியமும் இருக்கிறது. ஆனால், இந்தக் கலை இலக்கியங்கள் வர்க்க வேறுபாடுகளுக்கு அப்பாற்பட்டது என்று பொதுவாக எழுத்தாளர்கள் சாதிக்கிறார்கள். பாட்டாளி வர்க்கக் கலை, இலக்கியத்தை எதிர்க்கிறார்கள் என்றுரைத்தார் மாவோ.

ஏகாதிபத்திய நலன்களுக்கு ஜால்ரா போடும் கலை இலக்கியங்களும் உள்ளன. இவை ஒரு அடிமைக் கலாச்சாரத்தைப் பிரதிபலிக்கின்றன. ரகசிய அமைப்புகள் மூலம், புரட்சிகரமான வாய்ச் சொற்கள் மூலம் இக்கலை இலக்கியங்கள் சிருஷ்டிக்கப்படுகின்றன. இவை புரட்சிகரமாகத் தோன்றும். ஆனால், இவை மெய்யான புரட்சிகரக் கலை இலக்கியங்களை எதிர்ப்பதற்காக உருவாக்கப்படுபவை.

இதுவரை நம் நாட்டில் ஆதி முதல் வெளிவந்த அனைத்து வகைப் படைப்புகளும் நமது கலை இலக்கியத்தின் மூலகங்களாகும். அவர்கள் தங்கள் காலத்துச் சமூகத்தின் வாழ்க்கையிலிருந்து கலை இலக்கியங்களை உருவாக்கினார்கள். அவைகளை நாம் பயன்படுத்தலாம். ஆனால், விமர்சனக் கண்ணோட்டத்தோடு பழையவற்றைப் பயன்படுத்த வேண்டும். பழைய உதாரணங்களை உபயோகப்படுத்த நாம் மறுக்க முடியாது என்பது அவரது கருத்து.

புரட்சிகரமான, உண்மையான, தகுதி வாய்ந்த எழுத்தாளர்களும், கலைஞர்களும் பொது மக்கள் மத்தியில் புகுந்து உலாவ வேண்டும். மக்களுக்காக முழு மனதுடன் தங்களை ஈடுபடுத்த வேண்டும். அதிக காலம் அவர்கள் மத்தியில் வாழ வேண்டும். கொழுந்துவிட்டெரியும் போராட்டங்களில் கலந்துகொள்ள வேண்டும். எதையும் நேரில் போய் விசாரித்துக் கள ஆய்வு செய்து, கருத்தூன்றிக் கவனித்துக் கற்றறிய வேண்டும்.

அப்போதுதான் நமது படைப்பாளிகள் தாங்கள் சேகரித்த மூலப் பொருட்களை வண்ண ஆடைகளாய் நெய்து முடிக்கமுடியும். ஜீவநடையுள்ள சிருஷ்டி முறையைப் பின்பற்ற வேண்டும். எதையும் விரல்விட்டு எண்ணிவிடக்கூடிய மேதாவிகளுக்காக எழுதக் கூடாது. கோடிக்கணக்கான பொது மக்களுக்காக எழுதவும் படைக்கவும் வேண்டும் என்றார்.

தோழர் மாவோ கலை இலக்கியவாதிகளுக்கு இவ்வாறு வழி காட்டினார். உயிரோட்டமான கவிதைகளை அவரும் படைத்தார்.

"நமது தாய்த்திரு நாடு எழில்மிக்கது

அதன் மலைகளும், நதிகளும், தீவுகளும்

பரந்து விரிந்து பசுமை தவழுகிறது;

சீனப் பெருஞ்சுவருக்கு உள்ளும் புறமும்

எங்கும் மக்களின் உற்சாகப் பேரொளி!

அதோ! மலைகள் நாட்டியமாடி

மேகத்தைத் தொட முயலுகின்றன.

ஜெங்கிஸ்கான் முதல் அனைவரும்

பறந்தோடி விட்டனர் நமைவிட்டு.

கழுகுகளின் வானத்தில் நமது

வீரர்களின் அம்புகள் பாய்ந்தன.

எல்லாக் கழுகுகளும் பறந்தோடிவிட்டன;

நமது வீரர்கள் அறிவும் ஆற்றலும் கொண்டு

நாட்டினைக் காப்பார்கள்".

மாவோ ஒரு புரட்சியாளர் மட்டுமல்ல. அவர் ஒரு கவிஞர், கலை இலக்கியவாதி, எழுத்தாளருமாவார். சீனாவின்

பாரம்பரிய மற்றும் நாடோடி இலக்கியங்களை அவர் கரைத்துக் குடித்தவர், சீன மக்களைக் கதைகள், கவிதைகள், நாடகங்கள் மூலம் தட்டியெழுப்பியவர். உதாரணத்திற்கு சீன விவசாய கம்யூனிஸ்ட் தோழர்களிடம் அவர் கூறிய ஒரு கதையை இங்குக் குறிப்பிடலாம்.

"சீனாவில் ஒரு கிராமத்தின் அருகில் ஒரு மலை இருந்தது. அந்த மலைக்குப் பின்னால் ஒரு நதி ஓடியது. நதி நீர் அந்த கிராமத்தின் பக்கம் வரவிடாமல் அந்த மலை மறைத்து நின்றது. எப்படியும் அந்த நதியைத் தங்கள் கிராமத்தின் பக்கம் திருப்புவதற்கு ஒரு முதியவர் பணியில் இறங்கினார். தங்கள் கிராமத்தின் வாழ்வுக்கும் வளர்ச்சிக்கும் தடையாக இருக்கும் அந்த மலையை உளியால் உடைக்கத் துவங்கினார். தினமும் காலையில் போய் இரவு வரை இந்த வேலையை முதியவர் செய்து வந்தார். இதை வழிப்போக்கர்கள் நின்று கவனித்துவிட்டு "ஏ கிழவா நீ என்ன செய்கிறாய்?" என்று கேட்டனர். கிழவர் "நான் இந்த மலையை உடைத்து நதியைக் கொண்டு வரப்போகிறேன்" என்று பதிலளித்தார்.

கிழவரின் பேச்சைக் கேட்டு வழிப்போக்கர்கள் கெக்கலி கொட்டிச் சிரித்தனர். "நீயோ சாகப்போகும் கிழவன்; மலையை உடைக்கும்வரை நீ உயிரோடு இருக்க வேண்டுமே" என்று ஏகடியம் பேசினர். அதற்குக் கிழவர் "நான் உயிரோடு இருக்கும் வரை இந்த மலையை உடைப்பேன். எனக்குப் பிறகு என் மகன் உடைப்பான். அவனுக்குப் பின் என் பேரனும், கொள்ளுப் பேரனும் தொடருவார்கள். என்றேனும் ஒரு நாள் நாங்கள் வென்றே தீருவோம். இந்த மலை ஒரு நாள் உடைத் தெறியப்படும்" என்று கம்பீரமாய்ப் பதிலளித்தார்.

இதை வானத்திலிருந்து தேவதைகள் பார்த்துக் கொண்டிருந்தனர். முதியவரின் நம்பிக்கையையும் மன உறுதியையும் மெச்சி அந்த மலையைத் தேவதைகள் அப்படியே

அலாக்காகத்தூக்கி அப்புறப்படுத்திவிட்டன. நதி புதுப்புனலாய்ப் பாய்ந்து வந்தது.

கதையை இத்தோடு நிறுத்திவிட்டு மாவோ "இந்த கிராமியக் கதையில் வரும் கிழவன் செய்யும் வேலையைத்தான் கம்யூனிஸ்ட் கட்சி செய்து வருகிறது. முதலாளித்துவமலை, நிலப்பிரபுத்துவமலை, அந்நிய முதலாளிகள் மலை ஆகிய மலைகளை அப்புறப்படுத்தும் போராட்டத்தில் நாம் ஈடுபட்டிருக்கிறோம். நமது லட்சியத்தை மக்களுக்குப் புரிய வைக்க வேண்டும். மக்கள்தான் நமது தேவதைகள். அவர்கள் புரிந்துகொண்டுவிட்டால் இப்பெருமலைகளை நொடியில் அப்புறப்படுத்திவிடுவார்கள்.

"நெடியமலைகள் பொடியாகும்
இறுமாந்த சிகரங்கள் தகரும்
புதுவெள்ளம் பாய்ந்து வரும்"

ஒரு மகத்தான உண்மையை ஓர் எளிய கதையின் மூலம் புரியவைத்துவிடுகிறார் மாவோ. அவரது கவிதைகளும் அப்படியே.

எஸ்.ஏ. பெருமாள்

மதுரை
25-08-04

# பொருளடக்கம்

| | | பக்கம் |
|---|---|---|
| 1. | நண்பனே நண்பனே | 1 |
| 2. | சபதம் | 3 |
| 3. | நில வினியோகம் | 4 |
| 4. | புத்தாண்டு தினத்தில் | 5 |
| 5. | புயல்படை | 6 |
| 6. | எனது காதலிக்கு... | 7 |
| 7. | ஆயிரம் பகைவர் | 9 |
| 8. | செங்கொடிகள் | 10 |
| 9. | மலைப்பாதை | 11 |
| 10. | நீரோட்டம் | 12 |
| 11. | அமரகீதம் | 14 |
| 12. | கலகம் | 15 |
| 13. | பீரங்கி முழக்கம் | 16 |
| 14. | குன்லுன் மலை | 17 |
| 15. | பருவங்கள் | 19 |
| 16. | தளபதி | 20 |
| 17. | பனி | 21 |
| 18. | அழியாத குகை | 23 |
| 19. | வேட்டை | 24 |
| 20. | வீர வரலாறு | 25 |
| 21. | சிகரங்கள் | 26 |
| 22. | மனிதரும் குரங்குகளும் | 27 |

| | | |
|---|---|---|
| 23. | ஐப்பானை விரட்டுவோம் | 28 |
| 24. | சிகரங்களை வென்றோம் | 29 |
| 25. | செஞ்சேனை | 30 |
| 26. | நெடும் பயணம் | 31 |
| 27. | பெண்கள் ராணுவம் | 32 |
| 28. | வெற்றிப்பாடல் | 33 |
| 29. | கொரியப் போர் | 34 |
| 30. | இரு பறவைகளின் விவாதம் | 35 |
| 31. | எழுத்தாளர் | 37 |
| 32. | பால்ய நண்பன் | 38 |
| 33. | மனிதர் மாறினர் | 39 |
| 34. | நீச்சல் | 40 |
| 35. | மஞ்சள் கொக்கு | 42 |
| 36. | பீடையே போ | 43 |
| 37. | தாமரை பூமி | 45 |
| 38. | மந்திரக்கோல் | 46 |
| 39. | ஒரே மலர் | 47 |
| 40. | ஷாவோசான் | 48 |
| 41. | விரட்டுங்கள் | 50 |
| 42. | நமது ராணுவம் | 52 |
| 43. | விடியல் | 54 |
| 44. | இரங்கல் | 55 |
| 45. | துணிச்சல் | 56 |
| 46. | கடந்தகாலம் | 58 |
| 47 | கவிஞனுக்கு ஒரு பதில் | 60 |

மாவோ கவிதைகள்

# நண்பனே நண்பனே

மேகங்கள் தெற்கு மலைகளைத் தழுவ
அடர்ந்த இருள் விலகியது;
தேவதாரு மரங்களிடையே
பீனிக்ஸ் பறவை, குதிரை போலச்
சிகரங்கள் தெரிகின்றன.

இளமையில் உனது திறமை வளர்ந்தது;
மலைகளும் நீரோடைகளும் உன்னை
மாபெரும் சக்தியாய் ஈர்த்தன.
போகிறாய் நீ, பாடுகிறேன் நான்
உனக்காகப் பாடிக் கலங்குகிறேன்;

ராட்சதப் பாறை அலைகளை அடிக்கிறது
இப்போதுதான் இங்கேதான்,
ஏரியும் நதியும் வானக் காட்சியாய்.
உனது படகு ஒரு போர்க் கப்பல் போலக்
கிழக்கு நோக்கிச் செல்லும்.

காரணமின்றி எனது கவலை
வானம் முழுதும் பரவுகிறது;
நல்லவேளை கீழைக்காற்று வீசுகிறது.
தொலைதூரத்து நிலங்கள் வரை.
மனச்சுமை சிந்தனையை அழுத்தி
மனிதனைக் கூசச் செய்யும்,
ஆயினும் இவ்வுலகம் அவனுக்குத்
தூசுதான் போங்கள்.

உடல் நலம் பேணிவா, உனது மனம்
பரிசுத்தமாய் இலகுவாய் இருக்கட்டும்;
சூரியனும் நிலாவும் உன் மனதில்
புத்தொளி பொழியட்டும் இதமாய்.
உயர்புகழ் ஒரு போதும் நிலைக்காது
உயர்ந்தபட்சம் ஐநூறு ஆண்டுகளே;
இரண்டாந்தரங்கள் ஒரு போதும் தங்களை
பெருமைப்படுத்திக் கொள்ள முடியாது.

அலைகளின் முன் அரண்மனை முன்
நட்புப் புன்னகை தோன்றுகிறது;
நேராய் விழும் நீர் நிலத்தை நனைக்கும்.
நீ மறைந்தபோது கடல்புரத்துச்
சிகரத்தை விட்டு அகன்றேன் நான்.
கீழைக் கடற் கரையில் உன் வாளைக் கழுவும்போது
எனக்கு நீ எழுதேன்!

(1918)

*

# சபதம்

பூமியின் மீது அகல அகலமாய்
ஒன்பது நீரோடைகள் ததும்பி வழிகின்றன;
நீளநீளமாய்த் தெற்கிலிருந்து வடக்காய்
அவை ஒன்றாகி ஆழமாய்ப் பாயும்.

அடர்ந்த மூடுபனியும் தூறல் மழையும்
ஒரு பெரிய போர்வை போர்த்தினாற் போல்,
ஆமையும் பாம்பும் நதியில்
சங்கிலிபோல் படர்ந்திருக்கும்.

மஞ்சள் கொக்கு எங்கே பறந்தது
பார்வையாளர்களை மகிழ்விக்கவா?
முடிவற்ற வெள்ளத்தில் சபதமேற்றேன்
என் ரத்தம் சுழன்று அலைபோல் எழுகிறது.

(1927 வசந்த காலம்)

✳

மாவோ கவிதைகள்

# நில வினியோகம்

திடீரென காற்றும் மழையும் சீற்றம்;
எதிரிப் படைகள் மீண்டும் போரிடுகின்றன.
பூமியில் கவலையையும் துயரத்தையும் விதைத்து
அவர்கள் வீணான ஆட்சிக் கனவில்.

டிங் நதியின் மேல் நமது
செங்கொடிகள் பாய்ந்து பறக்கின்றன;
ஒவ்வொரு பகுதிகளாய் நாங்கள்
பாய்ந்து முன்னேறிக் கைப்பற்றினோம்.
தங்க பூமியின் ஒரு பகுதி எங்கள் கையில்,
அதை ஏழைகளுக்குப் பகிர்ந்தளிப்பதில்
சுறுசுறுப்பாய் இப்போது நாங்கள்.

(1929 இலையுதிர்காலம்)

✱

# புத்தாண்டு தினத்தில்

நிங்குவா கில்லியு, இங்குவா
அடர்ந்த காடுகள், வழுக்கும் பாசி
இருப்பினும் பாதை நேராய்
இன்று எங்கே தாண்டுகிறோம்?

நேர் கீழாய். உயி மலையே
நேர்பாதையில் செல்கிறோம் நாங்கள்
கீழே
கீழே
காற்று கட்டவிழ்க்கிறது
காகிதச் சுருள்போல
செங்கொடிகள் அசைகின்றன

(ஜனவரி 1930)

\*

# புயல்படை

பைசாசப் படைத்தளபதிகள் மீது
ஜூனில் சொர்க்கத்தின் ராணுவம்
போரில் இறங்கியது தயாராய்,
நெடுவால் திமிங்கலங்களையும்
மலைகளையும் கைப்பற்றினோம்
கான் நதிக்குப் பின்னால் ஏதோ
சிவப்பாய்ப் பற்றி எரிகிறது,
நம் தளபதி குவாங் தலைமையில்
படைவென்றது நன்றி அவருக்கு.

பத்து லட்சம் தொழிலாளர்
படைபோல் விவசாயிகள்
பாய்ந்து சுற்றி வளைக்கிறார்கள்,
மலைகளைத் தாவி ஹுனானையும்
ஹுபேயையும் கைப்பற்றுகிறார்கள்;
சர்வதேச கீதம் நாவுகளில் சுழன்று
பீறிட்டு எழுந்துகொண்டிருக்கிறது;
மேகத்திலிருந்து எங்களுக்காய்
பயங்கரப் புயல் வருகிறது.

(ஜூலை 1930)

*

## எனது காதலிக்கு....

கையை அசைத்து நான்
உன்னிடமிருந்து விடைபெறுகிறேன்.
கவலையும் துயரமும் உன் முகத்தில்
காணச் சகியேன் நான்;
புதிதாய்க் கவலை தரும் சேதி
ஏதும் சொல்வாயோ நீ?
துன்பத்தில் நீ உழலுவதை
உனது நீர்வழியும் கண்களும்
புருவங்களும் காட்டிவிடும்.

எனது கடிதம் உனக்கு
மனத்தாங்கலை ஏற்படுத்திவிட்டது,
ஆனால் அதெல்லாம் நமக்குள்ளே
பனிமேகம்போல் கரைந்திடும்
மனிதர்களில் என்னைப் பற்றி
உன்னைவிடப் புரிந்தது யார்?
இன்பத்திலும் துன்பத்திலும்
இணை பிரியாதவர்கள் நாம்,
மனிதரின் சுகதுக்கம் பற்றி
மேல்தட்டு மனிதர் அறிவரோ?

கிழக்கு வாசல் சாலை வழியே
காலைப்பனி உறைந்துக் கிடக்கிறது
தேய்பிறை நிலா வானில் இன்னும்
பாதிவழியில் ஒளிக்கீற்றாய்
கவலையும் துயரமும் போய்
உள்ளம் தெளிவாகிவிட்டது
இப்போது முதல் நாமிருவரும்
தொலை தூரத்தில் தனிமையில்

குன்லுன் மலையின் சிகரங்கள்
பொடிபடுவதைப்போல,
சூறைக்காற்றின் கீழே உலகம்
தவிடு பொடியாவதைப் போல,
துன்ப வளையங்களை நாம்
உடைத்தெறிவோம்.

சோக வீணையின் சுருதித் தந்திகளை
அறுத்தெறிவோம் வா,
மேகத்தைக் கிழித்து இரு பறவைகள் போல்
விண்ணில் பறப்போம் நாம்.

*

குறிப்பு: 1930–ல் மாவோ ஏனானிலும் அவரது மனைவி சாங்ஷா நகரிலும் புரட்சிப் பணியில் ஈடுபட்டனர். எப்போதாவது இருவரும் அபூர்வமாய் சந்தித்துப் பிரிவார்கள். பிரிவை மறக்க மாவோ தனது மனைவி யாங்கைகுய்க்கு எழுதிய கவிதை இது. ஆனால் அதே ஆண்டு கொமின்டாங் ராணுவத்தால் கைது செய்யப்பட்டு அந்த வீராங்கனை சுட்டுக் கொல்லப்பட்டார்.

# ஆயிரம் பகைவர்

வெண்மேக மலையுச்சியின்
பின்புறமும் வெண் மேகங்கள்,
வெண் மேகங்களுக்கும் கீழே
பயத்தில் பகைவரின் அலறல்.
உதிர்ந்த மரங்களும் அழுகிய
மரங்களும் அருகே வந்திடக்
கடினமாய் முயற்சிக்கின்றன,
துப்பாக்கிகள் காடாய்த் தெரிகிறது.
ஆனால் எங்கள் பறக்கும் படை
பாசறையிலிருந்து பாய்கிறது.
பகைகள் அவர்கள் மீது.
பதினைந்து நாளில் நாங்கள்
எழுநூறு மைல் கடந்தோம்
கரைபுரளும் கான் நதியிலிருந்து
உயி மலையின் பசுமை வரையில்
பாயை உதறியது போலப் பகைவர்
ஆயிரம் பேரைக் காலி செய்தோம்,
கண்ணுக்கு அகப்படாமல் அதில்
எவரேனும் தப்பியிருக்கலாம்;
ஒவ்வொரு அடி வைக்கும்போதும்
ஒரு கோட்டையைப் பிடிப்பது போல
ஆம்! அழிந்தான் பகைவன்

(கோடை 1931)

*

## செங்கொடிகள்

உறைபனி மேகத்தின் கீழே
கானகம் முழுவதும் சிவப்பு வண்ணம்
மிகவும் ஆடம்பரமாய்த் தெரிகிறது.
யுத்தக் கடவுளைப் போல அதோ போராளிகள்!
அவர்கள் கடுங்கோபம் விண்ணை முட்டுகிறது
இந்த மலையின் சிகரங்கள் ஆயிரம்
அனைத்தையும் மூடுபனித் திரைச் சீலைபோல்
மூடி மறைத்துக் கிடக்கிறது.

ஆகா! கைப்பற்றிவிட்டோம்
ஜாங் பிரதேசம் முழுவதையும்,
எங்கும் ஆவேச வெற்றி முழக்கம்
ஒரு பெரும் சூறாவளியைப் போல
தூசி கிளப்பி வானத்தை மறைத்து
இரண்டு லட்சம் ராணுவம் எம்மை
என்னமாய் சுற்றி வளைக்கிறது!

பத்து லட்சம் தொழிலாளர், அடிமைகள்
ஒரு மனிதனைப் போல ஒன்றுபட்டு
அந்த ராணுவத்தைச் சந்திப்பதற்கு
துப்பாக்கிகளோடு எழுகிறார்கள்.
எதிரிகளைத் தாக்கி அழித்திட
மலையின் கீழே செங்கொடிகள்
எத்தனை ஆவேசமாய்ப் பறக்கின்றன!

✱ (1932)

# மலைப்பாதை

சிவப்பு, ஆரஞ்சு, மஞ்சள், பச்சை
நீலம், கருநீலம், ஊதா நிறங்களில்
வானத்திலே தீமூட்டி, இசைக்குழுவோடு
இயற்கை நாட்டியமாடுகிறது.

மழைபெய்து ஓய்ந்த பிறகு
மறைந்த சூரியன் மீண்டும் தெரிகிறது.
அதே இடத்தில் இதோ காட்சி மாறுகிறது.
மூர்க்கமான போர்க்களம் துவங்கி
நடக்கிறது கடும்போர்.

துப்பாக்கி ரவைகள் கிராமத்தின் சுவர்களை
சல்லடைக் கண்களாய் துளைக்கிறது.
இந்த யுத்த நினைவாய் அந்தத் துளைகள்
மாறாத வடுவாய் நிலைத்திருக்கும் என்றும்,
எப்போதுமில்லாத அழகோடு
இப்போது மலைப்பாதை

✵

(1932)

மாவோ கவிதைகள்

# நீரோட்டம்

வடக்கு நோக்கி சியாங் நதி
திரும்பிப் பாயுமிடத்தில் நான்,
இலையுதிர் காலத்துக் குளிரில்
தலையில் ஆரஞ்சு வண்ணக் கைக்குட்டையுடன்
தன்னந்தனியனாய் நிற்கிறேன்.

மலைமேல் மலையெல்லாம் சிவப்பாய்
மரமேல் மரமெல்லாம் வண்ணமாய்
பசுமைப் படுகையின் கீழ், நதி
படுவேகமாய்ப் பாய்ந்து செல்கிறது.
நீலவானைப் பிளந்து வானில் கழுகுகள்
தூரத்தில் பறக்கின்றன.
ஆழமற்ற நீரில் மீன் துள்ளுகிறது.

எல்லா உயிரினங்களும் இங்கே
கொடும்பனி மேகங்களின் கீழே
சுதந்திரத்திற்காய் வதைபடுகின்றன

பரந்து விரிந்த இப்பூமியில்
எல்லா உயிரினங்களும் விழுகின்றன.
பின்பு ஒரேயடியாய் எழுகின்றன.

நிறைய நண்பர்களோடு நான்
அடிக்கடி இங்கே வந்துள்ளேன்.
பொன்னான இன்றைய காலத்தில்
கடினமான பழைய காலங்கள்
கண்முன் எனக்குத் தோன்றுகிறது.

புத்திளம் பருவத்து மாணவராய்
உலவினோம் இங்கே நாங்கள்
உச்சத்தில் எங்கள் உணர்வுகள்,
மலைகளையும் நீரோட்டத்தையும் கண்டு
மனங்குளிர்ந்து ஆர்ப்பரித்து
புகழ்ந்து, நகைத்து எழுதி மகிழ்ந்தோம்.

பலமிக்க பண்டைய பிரபுக்களை நாம்
கால் தூசுக்குச் சமமாய் மதித்தோம்,
நினைவிருக்கிறதா நண்பர்களே இன்னும்?
அலைகளின் தடைகளைத் தகர்த்து
நீரோட்டத்தின் நடுவே நீந்தினோம் நாம்
பாய்ந்து பறந்தன நமது படகுகள்.

(1933)

*

# அமரகீதம்

நீ உனது வில்லோ மரத்தை இழந்தாய்
நான் எனது பாப்லாரை இழந்தேன்,
அவற்றின் ஆன்மாக்கள் வானில்
ஒளிவீசும் சொர்க்கத்தை அடைந்தன.
விறகு வெட்டியிடம் ஓயின் வாங்கிட
என்ன வைத்திருக்கிறான் என்ற கேள்வி,
சொர்க்கத்திலிருந்து புனித அமுதம் கிடைத்தது.

ஒற்றை நிலாக்கடவுள் தனது
மேலாடைகளைத் தவழவிடுகிறது.
முடிவுற்ற மேகங்கள் அமரருக்காய்
நாட்டியம் ஆடுகின்றன
புலியை வீழ்த்திவிட்டதாய்
பூமியிலிருந்து செய்தி வருகிறது,
திடீரென தூவானம் போல
கண்ணீர் மழையாய்ப் பொழிகிறது.

குறிப்பு: (1930 மாவோவின் மனைவியை கொயின்டாங் ராணுவம் கொன்றுவிட்டது. அதே போல் அவரது சக தோழரின் மனைவியும் கொல்லப்பட்டார். கவிதை மூலம் தோழருடன் மாவோ பரிமாறிக் கொள்கிறார்.

(1933)

*

# கலகம்

பாட்டாளி வர்க்கப் புரட்சிக்காய்
நமது படை எழுந்தது.
ஒரு சுத்தியலும் ஒரு அரிவாளும்
நமது செங்கொடியில் சின்னமாய்,
ஜா மலையிலிருந்து முடிவாய்
எங்கள் நெடும் பயணம்;
சியாவோ மற்றும் சியாங் நதிவரை
வழியெங்கும் போரிட்டோம்.

நிலப்பிரபுக்கள் கொடூரமாய்
அதிகபட்ச அடக்குமுறைகளை
அவிழ்த்துவிடுகிறார்கள்.
விவசாயிகளனைவரும் ஒன்றாய்
ஒரே மனிதனைப் போல் கோபமாய்
நெஞ்சிலே வெஞ்சினம் தாங்கி
எழுந்து வந்துகொண்டிருக்கிறார்கள்.

இலையுதிர் காலத்து வானத்தில்
மாலை நேர மேகங்கள்
அடர்ந்து பரந்து திரிகின்றன
இடிவிழுந்தாற்போல, இதோ
எங்கும் கலகம் வெடிக்கிறது.

✱

(1934)

# பீரங்கி முழக்கம்

மலையுச்சியில் பேரிகைகள் முழங்குகின்றன
போரின் எக்காளம் வெடியோசையாய்
எங்கும் ஒலிக்கிறது.
கொடிகளும் பதாகைகளும்
கீழே பட்டொளி வீசிப் பறக்கின்றன.

எதிரிகளின் பல வளையங்கள்
எங்களைச் சுற்றிலும் நாற்புறமும்,
மிகுந்த நெஞ்சுரத்தோடு நாங்கள்
வேகமாய்ப் பாய்ந்து செல்கிறோம்.
பாறை போல் எங்கள் அணிகள்
உறுதி குலையாமல் செல்கிறார்கள்.

எங்கள் லட்சிய அணிவகுப்பு
புதிய பெருஞ்சுவராய் நீள்கிறது;
மலைகள் மீது பீரங்கி முழக்கம்
இரவுக்குள் பகைவர் வீழ்வரென
கட்டியம் கூறி அறிவிக்கிறது.

(1934)

*

# குன்லுன் மலை

பூமியின் மேல் நீலவானைக் கடந்து
ராட்சத குன்லுன் மலை வெண்மையாய்,
உலகின் எழில் மிகு காட்சி
உங்கள் கண்ணுக்கு விருந்தாய்.
முப்பது லட்சம் வெண்ணிறப்
பறக்கும் நாகங்கள் பறப்பது போல்,
நீ ஆகாயத்தைக் குளிர்விக்கிறாய்.

கோடை உன் பனியை உருக்கும்
நதிகள் பெருக்கெடுத்துப் பாயும்,
மீன்களும் ஆமைகளும் வந்து
மனிதர்க்கு உணவாகும்
நல்லதைவிட, தீமையே நீ
அதிகம் செய்தாய் ஆயிரமாயிரம்
ஆண்டுகளாய் எனக் கூறியது யார்?

குன்லுன் உனக்கு இப்போது கூறுவேன்
நீ இவ்வளவு உயரம் கூடவே கூடாது,
இவ்வளவு அதிகப் பனியும் கூடாது
வானை எதிர்க்கும் என் வாளினை உருவி
உன்னை மூன்று கூறுகளாய் வெட்டுவேன்
ஐரோப்பாவுக்கு உன் தலையையும்
அமெரிக்காவுக்கு உன் மார்பையும்
மீதியைக் கீழை நாடுகளுக்குமாய்
தந்திடுவேன் உன்னை நான்.

அமைதி நிறைந்த உலகத்தில்
உனது குளிரையும் வெப்பத்தையும்
இளைஞரும் முதியோரும் அனுபவிக்கட்டும்!

(அக்டோபர் 1935)

# பருவங்கள்

மனிதனைப் போல அதிவேகமாய்
இயற்கை முதுமையடைவதில்லை;
பருவ காலங்களின் சுழற்சியில்
ஆண்டுதோறும் வசந்தம் வருகிறது:

வந்துவிட்டது வசந்தம் இப்போது
போர்க்களத்தின் மேலே - ஆகா!
மஞ்சள் மலர்கள் அழகழகாய்
பூத்துக் குலுங்குகின்றன!

இலையுதிர் காலமும் எப்படியும்
வந்து சேரும் ஆண்டுதோறும்.
பெருங்காற்று வீசுது பாருங்கள்
வசந்த காலத்தைப் போலில்லை
எங்கும் வெளிச்ச மயமாய்.

எல்லையற்ற வானமும், நீரும்
முடிவற்ற எதுகை மோனையில்
கரைந்து போய்விடுகின்றன.

(1935)

✱

# தளபதி

கிழக்கிலிருந்து மேற்கு நோக்கி
எல்லைகளையெல்லாம் தாண்டி
வேகமாய்ப் பாயுது எங்கள் படை;

மலைகளின் மேல் உயரத்திலும்
பள்ளமான நீண்ட அகழிகளிலும்
பாயுது வேகமாய் எங்கள் படை.

பின்னாலே குதிரை மீதேறி
உருவிய வாளோடு யாரங்கே?
அது வேறு யாருமல்ல, எங்கள்
மாவீரன் ஜெனரல் பெங்குதான்.

(1935)

✱

## பனி

வட தேசங்கள் எப்படிக்
காட்சியளிக்கின்றன பாருங்கள்
நூறு, ஆயிரக்கணக்கான மைல்கள்
பனிபொழிவும் பனிக்காற்றும்,
பெருஞ்சுவரின் உள்ளே வெளியே
எங்கேனும் இருந்து பாருங்கள்
எங்கும் ஒரே வெண்மை நிலமாய்.

கண்ணுக்கெட்டாத தூரம் வரை
மஞ்சள் நதியில் முடிவற்ற அலைகள்
வெள்ளிப் பாம்புகள் நடனம்
ஆடுவது போன்று மலைகள்,
மெழுகு யானைகள் அசைவது போல
குன்றுகளின் காட்சி,
எல்லாம் விண்ணைத் தொட முயற்சி

பகல் அருமையாய் காத்திருக்கிறது.
சூரிய ஒளியில் அனைத்தும் குளிர்காய்வது
கண்கொள்ளாக் காட்சிதான்!

எங்கள் தாயகம் எழில் நிறைந்தது
தனக்கும் கடமையாற்றுகின்ற
எண்ணற்ற வீரர்களைப் படைத்தது.
ஆனால் ஐயோ! கின் மற்றும் ஹான்
உயர் கலாச்சாரம் படைத்தவர்களல்ல;
டாங்கும் சோங்கும் எழுத்துகளை
அதிகமாய்ப் படித்திருக்கவில்லை.
ஒரு நாள் சொர்க்கத்தின் புதல்வனாய்
வெங்கிங்கான் வந்து சேர்ந்தான்;
அவனுக்கு வில்லை வளைத்துக்
கழுகுகளை வேட்டையாடவே தெரியும்.
அவர்களெல்லாம் மறைந்துவிட்டனர்;
ஆனால் இன்றைய வீரர்களெல்லாம்
புத்தி கூர்மை மிக்கவர்கள்!

(பிப்ரவரி 1936)

குறிப்பு: இன், ஹான், டாங்கு, போங்கு, ஜெங்கிங்கான் ஆகியோர் சீனாவை ஆண்ட மன்னர்கள்.

*

# அழியாத குகை

ஒரு வலிமையான பைன் மரம்
மாலை வேளையில் மங்கலாய்
கீழே காட்சியளிக்கிறது,
கலக மேகங்கள் வந்து போகையில்
அமைதியாய் இருக்க முடியாது.

இயற்கையின் கையில் அதிசயமாய்
எழில்மிகு குகை உருவானது,
அபாயம் நிறைந்த சிகரத்திலிருந்து
அதனைக் கண்டால் பிரகாசமாய்
பிரம்மாண்டமாய்த் தோன்றுகிறது.

குறிப்பு: இந்த அழியாத குகை லூ மலையில் உள்ளது. இதில் ஆயிரம் போராளிகள் தங்கலாம். பாசறைபோல் குகை வாசலில் ஒரு பெரும்பாறையும் ஒரு பைன் மரமும் உள்ளன.

(1936)

*

# வேட்டை

வெண் பனி மேகங்கள் அதோ
பஞ்சு பஞ்சாய் பறக்கிறது, அதைப்
பனி நெருக்கி இறுக்குகிறது.
உதிர்ந்தன மலர்களெல்லாம்
தப்பி நிற்கும் சில மட்டும்
விரைவில் உதிரும் அவையும்.

பனியலைகள் உச்சிவானில்
ஓங்கிக் கிளம்பிடும்,
பூமிப் பரப்பிலிருந்து வெக்கை
மேலெழுந்து மெது மெதுவாய்
உயரத்தை நோக்கிப் போகும்

கொடுங்கரடிகள் தைரியசாலிகளை
உயிரோடு விட்டு வைப்பதில்லை
புலிகளையும் சிறுத்தைகளையும்
கொடுங்கரடிக் கூட்டத்தையும்
வீரர்கள் மட்டுமே வீழ்த்த முடியும்.

பனிகொட்டும் நிறை வானத்தை
மலர் மொட்டுகள் வரவேற்கின்றன.
ஈக்கள் மட்டுமே இறந்துபோய்
பனிக்குள் புதைந்துவிட்டன
பூமியில் அதிசயமில்லை இதொன்றும்.

*

(1936)

# வீர வரலாறு

இளஞ்சிவப்பு நிறத்திலொரு புத்தகம்
நெடுநாள் முன்பு வாசித்தேன்
தலையில் ரோமமாய் விழும் வெண்பனி
ஒரு சில வரிகள் மட்டுமே என் நினைவில்;

மன்னர்கள் மாமன்னர்களின்
புனிதக் கைங்கரியங்களாய்
பொதுமக்கள் வஞ்சிக்கப்பட்டார்கள்
எத்தனையோ காலங்காலமாய்
பொது மக்களில் எத்தனை பேருக்கு
உண்மையான வீரரின் பெயர் தெரியும்?

ஈராயிரம் ஆண்டுகள் முன்பே
தாவோஜி, கியாவோ போன்றோர்
விவசாயிகளுக்காகப் புகழ்மிகு
செயல்களில் இறங்கினார்கள்.
சென்செங் கோடரியால்
எதிரிகளின் தலைகளை வீழ்த்தினான்.

அம் மாவீரர்கள் பற்றிய பாடல்கள்
ஒலிக்கிறது தொடர்ந்து எங்கும்,
ஜோதிப் பிரகாசமாய்க் கீழ்த்திசை.

(1936)

*

# சிகரங்கள்

குதிரையை விரட்டி மலையேறவில்லை
அண்ணாந்து பார்த்தால் ஆச்சரியம்
வானம் மூன்றடி தூரத்தில்

வெண்ணிற ராட்சச அலைகளோடு
கொந்தளிக்கும் கடல்
தாவிப் பறக்கும் குதிரைகள்
போரின் சூட்டோடு இணைந்து

கத்திமுனை மழுங்காமல்
நீல மேகத்தைத் துளைத்தோம்
வானம் விழுந்துவிடும்
ஆனால் அரைகுறையாய்.

மாவோ குறிப்பு:

ஒரு நாட்டுப் பாடல் இதோ:

மேலே அங்கு வெள்ளை எலும்பு மலை
கீழே மலையின் எட்டும் பாறைகள்
வானம் தலைக்கு மேல் மூன்றடி, மூன்றடியில்
நடந்து போனால் நீ தலையைக் குனி
குதிரை மீது போனால் இறங்கிவிடு.

*

(1937)

# மனிதரும் குரங்குகளும்

மனிதரும் குரங்கும் கையசைத்து
நிரந்தரமாய் விடைபெற்றனர்
சில கற்காலக் கருவிகளோடு
குரங்கிலிருந்து மனிதன் வெளியேறினான்
மனிதனின் குழந்தைப் பருவமது.

பின்பு வெண்கலமும் இரும்பும் உருகின
உலைகளின் ஜ்வாலை உயரே எழுந்தது.
கலையினை மனிதன் கற்றதெப்போது
அறிவீரா நீங்கள், சில
ஆயிரம் ஆண்டுகள் முன்புதான்.

அடிதடியில் இறங்காமல்
மனிதர்கள் சிலர் பரஸ்பரம் சிரித்தனர்
பின்பு அவர்கள் போர்க்களத்தில்
விழிகளால் உற்றுப் பார்த்து
அம்புகளால் தாக்கினார்கள்.

வெண்மை சிவப்பாய் மாறியது
மனிதர்கள் ரத்தம் சிந்தினர்
வரலாறு வாசித்தேன். அறிந்தேன்.

(1937)

# ஜப்பானை விரட்டுவோம்

வானில் மிக உயரத்தில்
வெளிறிய மேகங்கள் தெரிகின்றன,
காட்டு வாத்துகள் தெற்கு நோக்கி
விரைந்து கண்ணிலிருந்து மறைகின்றன.
பெருஞ்சுவரைச் சென்றடையாத வரை
நாங்கள் வீரர்களல்ல;
எண்ணிப் பார்த்தால் நாங்கள்
இருபதாயிரம் மைல் சுற்றியிருக்கிறோம்.

சுழல் மலைகளின் உச்சியில்
கட்டுக்கடங்காத மேலைக் காற்றில்
செங்கொடிகள் பறக்கின்றன.
கையிலுள்ள நீளக் கயிறுகளால்,
பறக்கும் நாகத்தை எப்போது கட்டுவோம்?

(1939)

*

# சிகரங்களை வென்றோம்

மேலைக்காற்று பலமாய் வீசுகிறது
வாத்துகளின் சங்கீதம் கேட்டு
காலை நிலா நடுநடுங்குகிறது.
உறைபனிக் காலையில்
போர்க்குதிரைகளின் பாய்ச்சல்
குளம்படி ஓசை தொலைதூரம்
கொம்பு ஊதும் ஓசையுடன்
கலந்து ஒலிக்கிறது.

எல்லாப் பக்கங்களிலும் பலமாய்
இரும்புக் கவசமணிந்த கணவாய்,
அச்சம் சிறிதுமில்லை எமக்கு!
பாய்ச்சலில் சிகரங்களை வென்றோம்
பெரும் பாய்ச்சலில் முன்னேறினோம்,
பேரலை போலப் பச்சை மலை நிற்கிறது;
மேலைச் சூரியன் ரத்தச்சிவப்பாய்.

(1940)

*

# செஞ்சேனை

தீவட்டிகளோடு இரவில் செஞ்சேனை
நெடும்பயணத்திற்குத் தயாராகிறது
ஆயிரக்கணக்கில் நதிகளும் மலைகளுமாய்
நடந்து தடைகளை எளிதில் கடந்தனர்.
மலைமுகட்டிலிருந்து பாம்புகள் போல்
சிற்றலைகளோடு ஐந்து அருவிகள்
கீழிறங்கி விழுகின்றன.

மலையின் மச்சமாய் கோபுரம்போல்
டாம்பீகமாய் உமெங் மலைச்சிகரங்கள்
செங்குத்தான மலைகளின் மீது
வெப்ப மேகங்கள் படர்கின்றன.
அலையலையாய் தங்க மணல் விழும்,
இரும்புச் சங்கிலிப் பாலத்தின்
கண்களின் வழியே தாது நதி
குளிர்ச்சியாய் வழிந்தோடுகிறது.

'மின்' தொடர் மலைகளின் மீது
பலமைல்கள் பனிபடர்ந்து
உடையலங்காரம் நடக்கிறது.
பெரிதாய் சிரித்தவாறு எங்கள்
செஞ்சேனை வீரர்கள் இவற்றை
எளிதாய்க் கடந்து ஏகினர் காண்.

(1940)

*

# நெடும் பயணம்

வானம் முழுவதும் வெண்மை தவழுகிறது
வெகு ஆவேசத்தோடு செம்படை
போர் புரியப் பாய்கிறது;
பெரிதாகவும் மங்கலாகவும்
தெளிவற்றுத் தோன்றும்
செங்குத்துப் பாறைகள் எங்கள்
தலைக்கு மேல் தென்படுகிறது.

காற்றில் பறந்தாடும் செங்கொடிகளோடு
கடினமான பாதையில் நாங்கள்
கடும்பயணம் செய்கின்றோம்,
எங்கே விரைகிறோம் நாங்கள்?
குவாங்சாங் சாலை வழியே
பனிக்கட்டிகள் மிதக்கும்
ஜான் நதியை நோக்கி.

உத்தரவு நேற்றே பிறப்பிக்கப்பட்டுவிட்டது,
ஜியாங் பிரதேசத்தை நோக்கி
ஒரு லட்சம் செஞ்சேனை நாங்கள்
நெடும் பயணம் தொடர்கிறது...

(1941)

*

# பெண்கள் ராணுவம்

ஐந்தடி நீளத் துப்பாக்கிகளோடு
ஒளி வீசும் துணிச்சலோடு
அதிகாலையில் பயிற்சி மைதானத்தில்
அவர்கள் பிரகாசிக்கிறார்கள்.
பெரும்பாலான சீன மகளிர்
வலிமை மிக்கவர்களாய்,
அவர்கள் முகங்களில் வெடிமருந்து
பவுடர் பூசியிருக்கிறது, அவர்கள்
முகப்பவுடர் பூசுவதில்லை.

(1949)

*

# வெற்றிப்பாடல்

வெகு நீண்ட நேரம் இருளில் தவித்த
செந்நிற பூமியில் விடியல் வந்தது தாமதமாய்;
மகிழ்ச்சி பொங்கி பேய்களும், ராட்சதரும்
பல ஆண்டுகள் இங்கே கூத்தாடினர்,
ஐம்பது கோடி மக்கள் மீண்டும் ஒன்றாயினர்.

சேவலின் எக்காளக் கூக்குரலில்
உலகம் வெளிச்சமாய் விடிந்தது;
இங்கும் அங்குமாய் யூதியானிலிருந்து
இசைப்பாடல் பாடப்படுகிறது,
நமது கவிஞர்களின் பெருமை
எட்டமுடியாத உயரத்தில் உயர்கிறது.

(அக் 1950)

## கொரியப் போர்

இளவரசனின் உத்தரவு அடிபணிய உத்தரவு;
முரண்பாடு நாளாவட்டத்தில் அதிகரித்தது.
இப்போது புதிய சகாப்தம் பிறந்துவிட்டது
இளவரசனும் மறைந்துவிட்டான்.
கவிஞரின் உரத்த கவிதை இங்கே கேட்கிறது
அந்தக் கவிதை நம்மை மகிழ்விக்கிறது.
கொரியாவில் போரிடும் நம் கொடிகள்
எத்தனை நேர்த்தியாய்க் காட்சியளிக்கின்றன!

(நவ 1950)

*

# இரு பறவைகளின் விவாதம்

மலை தன் சிறகுகளை விரித்துப் பறக்கிறது
தொண்ணூறாயிரம் மைல்களில்,
கடினமான சூறாவளிகளை எழுப்புகிறது
நீல மேகங்கள் அதன் பின்னணியில்,
பூமியில் இறங்கிப் பெருநகரையும்
பேரூரையும் பார்க்கிறது.

குண்டு வெடிப்புகளால் வானம் அதிருகிறது
குண்டுச் சில்லுகள் பூமியைத் துளைக்கிறது;
புதரிலிருந்து சிட்டுக்குருவி கீச்சிடுகிறது
"என்ன செய்வது? இன்று அவ்வளவுதான்!
வேறிடம் தேடிப் பறக்கணும் நான்"

"நீ எங்கே செல்ல விரும்புகிறாய்?"
அந்தக் குருவி பதிலளிக்கிறது
"தந்தக் கோபுரங்களாலான
அழகான இடம் நோக்கி"
"இரண்டாண்டுகளுக்கு முன்பு
இலையுதிர் காலத்து வானில்
நிலா ஒளிவீசி நின்றபோது,
மூன்று பேரரசுகளின் ஒப்பந்தம்
கையெழுத்தானது தெரியுமா?
அன்று அவர்கள் உருளைக்கிழங்கும்
இறைச்சியும் சேர்த்துச் சமைத்த
உணவை உண்டனர் தெரியுமா?"
"வாயை மூடு! உன்னிடம் பந்தயம்
சொர்க்கமும் பூமியும்
புரட்டப்படும் தலைகீழாய்"

(1952)

# எழுத்தாளர்

பாய்ந்து பறக்கும் செம்பதாகைகள் மீது
அஸ்தமனச் சூரிய ஒளி விழுகிறது,
நகரச் சுவரின் மீது மேலைக்காற்று
சுற்றிச் சுழன்று வீசுகிறது.
உனது இருப்பு எங்களை சுடரச் செய்து
களிகொள்ளச் செய்கிறது.

குகை, விருந்து மண்டபமாய் மாறியது
விடுதலை பெற்ற உன்னை வரவேற்கிறது.
உனது பேனா மெல்லியதாயினும்
வேறெதற்கும் சளைத்ததல்ல,
மூவாயிரம் போராளிகளுக்கும்
உனது பேனா வலுவூட்டுகிறது.

நீள் மலைகளின் கீழ்திசையில்
படைவரிசையில் நீ செல்க;
நேற்றைய அழகு எழுத்தாளி
இன்று வீரமிக்க தளபதியாய்.

குறிப்பு : டிங்லிங் (1904–1986) பெண் எழுத்தாளர். 1932–ல் கம்யூனிஸ்ட் கட்சியில் சேர்ந்தார். மூன்றாண்டு சிறைவாசத்திற்குப் பின்பு மாவோவை ஒரு குகையில் சந்தித்தார். டிங் செஞ்சேனையில் பணியாற்ற விருப்பம் தெரிவித்தார். மாவோ அதை ஏற்றுச் செஞ்சேனையில் இணைத்தார்.

1953

*

## பால்ய நண்பன்

வசந்த காலத்தில் நாங்கள்
சுழலும் நதியின் கரையோரம்
மென்னடை போட்டு உலாவினோம்.
எங்கள் கண்களை அகலத்திறந்து
மலையின் உச்சியை நோக்கினோம்;

சிறிய தீவின் பசுமையிலிருந்து
மென்காற்று மேலெழுகிறது
கடலலைகளில் தீவு மூழ்கி எழுகிறது.
பசுமை தவழும் வயல்களை விட்டு
மலையுச்சிக்கு மழை வருகிறது.

ஆதி மனிதரைப் போல நாங்கள்
அலைந்து, நடந்து, சிரித்து, திரிந்தோம்
அற்ப விஷயம் முதல் அலைக்கழிக்கும்
அந்நியர் விவகாரம் வரைக்கும்
பேசிப் பிரிந்தோம் இருவரும்.

முப்பதாண்டுகளுக்குப் பின் சந்தித்து
பால்ய கால நண்பனோடு உலாவுதல்
எத்தனை மகிழ்ச்சி நிறைந்தது!
மிக உயரத்தில் மிதக்கிறோம் நாங்கள்
எங்கள் பொன்னான நேரங்கள்
வீணானது பற்றி வருந்தவில்லை
பால்யகால சிநேகம் அழியாது என்றும்.

✱

(1953)

# மனிதர் மாறினர்

வட புலத்தில் பெருமழை ஊற்றுகிறது,
வானுயரம் வெள்ளை அலைகளின் சுழற்சி
ராஜாத் தீவிலிருந்து மீன்பிடிப்
படகுகள் கிளம்பிச் செல்கின்றன
விரிந்து பரந்த கடலில் அனைத்தும்
கண்ணுக்கெட்டாமல் மறைந்துவிட்டன
அவை சென்ற இடம் யாருக்குத் தெரியும்?

ஆயிரம் ஆண்டுமுன் கடல்புரத்தில்,
வூ மன்னன் குதிரை மீது சென்றான்.
அவனது கீழைப் பயணத்தின்போது
மலைப்பாறை மீது பாடல் பொறித்தனர்,
அது இன்றும் நிலைத்திருக்கிறது.
இலையுதிர் காலக்காற்று இங்கே
எப்போதும் போல் வீசுகிறது,
ஆனால் உலகின் மனிதர் மாறிவிட்டனர்.

(கோடை 1954)

*

# நீச்சல்

ஒரு கப் நதி நீரைச் சுவைத்து
பின்பு மீனை பிளேட்டில் ருசித்து,
ஆயிரமைல் நீள நதியில் நீந்தினேன்,
கண்ணுக் கெட்டாத தூரத்தில்
அகல அகலமாய் தெற்கு மேகங்கள்.

காற்றையும் அலைகளையும் எதிர்த்து
எனக்கு மகிழ்ச்சி துள்ளுகிறது,
காலார நடந்து திரிவதைவிட
இன்று சுதந்திரமாய் நீச்சல் இனிமை!
ஒரு நீரோடையில் குரு சொன்னார்;
"இப்படித்தான் எல்லாம் கழிகிறது!"

காற்றில் படகு கடிதே ஏகும்
ஆமையும் பாம்பும் செல்லும் வேகமாய்;
அரிய செயல்கள் நடைபெறுகின்றன;
வடக்கு தெற்காய் ஒரு பாலம் அங்கே,
பள்ளத்தைத் தாண்ட உதவியாய்.

மேற்கே கல்சுவர்கள் நதிமீது
மலைச்சிகரங்களிலிருந்து வரும்
மழையை வழிமறிப்பதற்காகவே,
மலையின் மீதொரு மாபெரும் ஏரி
அதிலிருந்து மலைக்கடவுள் பயணம்,
எல்லாம் வியப்பாயிருக்கிறது
உலகில் ஆதிகாலம் முதல்.

(ஜூன் 1956)

*

## மஞ்சள் கொக்கு

நதியோரம் ஒருமலை நிற்கிறது;
நானூறு வளைவு நெளிவுகளாய்
அதிலேறும் பாதை, கடந்தால்
மலையுச்சியில் பச்சை முகடு.
கடலுக்கப்பால் ஒரு உலகம்
கண்ணுக்குக் குளிர்ச்சியாய்;

வெப்பக் காற்று சில மழைத்துளிகளை
வானக் கண்ணாடிகளில் சிதறுகிறது.
மஞ்சள் கொக்கு பறக்கும் அந்த
ஒன்பது நீரோடைகளின் மேலே
கொத்துக் கொத்தாய் மேகங்கள்;
அலைகள் உருண்டு கீழே வந்து
மூன்று பள்ளத்தாக்குகளில் விழுகிறது
அப்போது அங்கே புகை எழுகிறது.

மொட்டு மலர்ந்த கிராமத்திலேயே
கவிஞர் தாவோ இன்னும் இருக்கிறார்,
உழுவதற்குச் செழுமையான நிலம்
இங்கே இருப்பதை அவர் அறியாரா?

1959

குறிப்பு : கவிஞர் தாவோ ஓய்வில் கிராமத்திலேயே உள்ளார். இங்கே வந்தால் அவர் தனது கவிதைத் தொழிலை நடத்தலாமே.

# பீடையே போ

30–6–1958 மக்கள் தினசரியை வாசித்தேன். பயிர்களைத் தாக்கும் தொற்று நோயை யுஜியாங் மாநிலத்தில் அடியோடு ஒழித்து விட்டனர். சிந்தனைகளின் தாக்கத்தால் என்னால் தூங்க முடியவில்லை. காலையில் தென்றல் வீசியது. ஜன்னலில் சூரிய ஒளி. தெற்கு வானத்தை தொலை தூரத்தில் பார்த்தேன். மிகுந்த மகிழ்ச்சியில் எனது பேனா பின்வரும் வரிகளை எழுதியது.

## I

இந்த நீரோடைகளைப் பசுமையாகவும்
குன்றுகளை நீல நிறமாகவும் இருக்க
எது பயன்படுகிறதோ?
ஒரு சின்னஞ்சிறு கிருமி சோதிக்கிறது
மருத்துவரின் திறமையை..
நூற்றுக்கணக்கான குக்கிராமங்களில்
புகையான் மனிதர்களை வீணடிக்கிறது;
ஆயிரமாயிரம் வீடுகளின் காதுகளை
ரத்தக்காட்டேரிகளின் இரைச்சல் நிரப்புகிறது

பூமி மீது சவாரி, நாற்பதாயிரம்
கிலோ மீட்டர் ஓரே நாளில்,
வானை அளந்து தொலைதூரப்

பால் வெளியை காண்கிறது.
பசுமந்தையைக் கண்டால் அவனிடம்
பிளேக் நோயை விசாரியுங்கள்
எங்கள் துயரங்கள் போனது போல்
அவனது துயரமும் போகட்டும்.

ஆயிரமாயிரம் வில்லோ மரங்களை
வசந்தக்காற்று எழுப்புகிறது;
அறுநூறு மில்லியன் பேர்கள்
அறிவில் சிறந்த சான்றோர்,
நாம் விரும்பியபடி வசந்தமழை
அலை போல் பொழிகிறது
பச்சைமலைகள் அரணாய் நிற்கும்
பாலங்களும் துணை நிற்கும்

வரப்புகளை வெட்டியதால் எங்கள்
மண் வெட்டி மின்னும் வெள்ளிபோல்,
கால்வாய்களை வெட்டிய எங்கள்
இரும்புக்கைகள் காய்த்துப் போய்.
பிளேக் கடவுளே பறந்து போவாயா?
காகிதக் கப்பலை எரியுங்கள்
அது ஆகாயவெளியில் பறந்திடும்!

குறிப்பு: காகிதத்தில் கப்பல் செய்து அதை நீரில் விட்டு சீன விவசாயிகள் பின்பு அதைத் தீயிட்டுக் கொளுத்துவர். அதனால் பிளேக் நோயும் பயிர்களை அழிக்கும் பூச்சிகளும் பறந்து விடும் என்பது அவர்களது நம்பிக்கையாகும்.

(1957)

# தாமரை பூமி

வெண்மேகங்கள் அலைபாயுமிடத்தில்
ஒன்பது மர்மச் சிகரங்கள் கோபுரமாய்;
பச்சைப் பந்தலிலிருந்து இரு ராணிகள்
காற்றில் பறந்து கீழே வந்தனர்.
அவர்கள் சிந்திய ஆயிரம் துளி கண்ணீர்
மூங்கில்களைப் புள்ளிகளாய் துளைத்தன;

ஆயிரமாயிரம் இளஞ்சிவப்பு, சிவப்பு
மேகங்களைப் போல அவர்களது ஆடைகள்
ஏரியில் அலைகள் பனிபோல் எழுந்து
மேகங்களைத் தொடுகின்றன;
நெடுந்தீவிலிருந்து எழும் பாடல்களால்
பூமி அதிர்ந்துதான் போகிறது.

சிறகடிக்கும் பாடல்களில் நனைந்து
கொடுங்கனவுகளில் மூழ்கினேன் நான்
இளங்காலைச் சூரியக் கதிர்களில் குளித்த
தாமரை பூமியைக் காண்பதற்காய்

குறிப்பு : ஹுனான் மாநிலத்திலுள்ள ஒன்பது மலைச்சிகரங்கள் பற்றிய பழங்கதை. கிமு 2205–ல் மாமன்னன் சுன் இறந்ததும் அவனது சடலம் அந்தச் சிகரங்களுக்குக் கீழே புதைக்கப்பட்டது. இரு ராணிகளும், மகள்களும், இளவரசனும் அங்கு வந்து அழுதனர். அவர்கள் சிந்திய கண்ணீர் துளிகளால் அப்பகுதியிலிருந்த மூங்கில்களில் புள்ளிகளாய் விழுந்தன. ஹுனானுக்குத் தாமரை பூமி என்று பெயர்.

1961

*

## மந்திரக்கோல்

காற்றின் எழுச்சியும் இடியும்
புயலும் பூமியின் மேலே,
வெள்ளை எலும்புக் கூடுகளிலிருந்து
ஒரு ஆவி பிறக்கிறது.
குரு அறிவிலியாய் இருந்தாலும்
பிட்சு ஒரு பாடம் கற்கணும்;
ஆவி, சைத்தானாகிவிட்டால்
அழிவு வருவது உறுதிதான்.
குரங்கு தனது அரிய மந்திரக்கோலை
ஒரு மாற்றம் கொணரச் சுழற்றியது;
மரகதம் போன்ற கோபுரத்தின்
தூசி தும்புகள் பரிசுத்தமாயின.

வெற்றி பெற்ற குரங்கு அரசனை
இன்று நாம் போற்றுகிறோம்,
மூடுபனிபோல ஆவியும் அதன் வழியே
முக்காடு போட்டுப் போய்விட்டது.

(சீனப் பழங்கதையில் குரங்கு அரசனுக்கெதிராக புத்தகுரு கெடுதல்களைச் செய்து வந்தார். சீட பிட்சுவும் அறிவிலியாய் இருந்தான். எலும்புக் கூடுகளையும் ஆவியையும் குரங்கின் மீது ஏவினான். முடிவில் குரங்கு அரசன் வெற்றி பெறுகிறான்.)

17-11-1961

## ஒரே மலர்

காற்று மழையோடு வசந்தப்
பருவமும் கடந்து சென்றது;
பறக்கும் பனியுடன் அது மீண்டும் வந்தது.
பல மைல்களுக்கு சிகரங்களில்
பனிக்கட்டிகள் மூடியிருந்தாலும்
ஒரு இனிய அழகிய மலர் பூத்திருக்கிறது.

இனிமையாய் அழகாய் இருப்பினும்
பிற மலர்களோடு அது போட்டியிடவில்லை,
ஆனால் வசந்தம் வருவதை முன்னறிவிக்கிறது.
மைல்கணக்காய் மலைமலர்கள் பூத்தாலும்
அந்த ஒரு பூ தான் சிரித்தமயமாய்.

(டிச 1961)

மாவோ கவிதைகள்

# ஷாவோசான்

நான் பிறந்த ஊர் ஷாவோசான்
ஆண்டுகள் முப்பத்திரெண்டு கழிந்து
பிறந்து வளர்ந்த புனிதமண்ணை
மீண்டும் போய் முத்தமிட்டேன்.

மங்கியதோர் கனவினைப் போல்
சென்று போன நாட்கள் என்
சிந்தையில் உறங்குகிறது.
சாபக்கேடான காலமது, மறக்காது.
வீட்டையும் ஊரையும் விட்டுப்போய்
ஆண்டுகள் பல கடந்துவிட்டன,
செங்கொடி விவசாயி மக்களை
ஆயுதமெடுக்க அறை கூவியது
ஈட்டிகளோடு எழுந்தனர் அவர்கள்.

உன்ஞூர் கொடுங்கோலர் சொடுக்கினர்
தமது உன்மத்தச் சாட்டைகளை
சூரிய சந்திரரைத் துணிச்சலாய்
புதிய வானத்தில் நகர்த்திவைத்தோம்.
விவசாயிகள் வீட்டு முன்பு இப்போது
மக்காச் சோளமும் மனங்குளிர அரிசியும்
மலை போல் கொட்டிக் கிடக்கிறது.

அந்தப் பழைய மாவீரரெல்லாம்
சந்தியா காலத்துப் புகை போல் கிளம்பி
திரும்புகிறார்கள் தமது இல்லம் நோக்கி.

(1962)

*

# விரட்டுங்கள்

இந்த பூமி உருண்டையின் மேல்
நெடுஞ்சுவரை எதிர்த்து இங்கே
சில ஈக்கள் ஓடுகின்றன.
அவை ரீங்காரமாய் கீச்சிடும்
வேதனையால் கூக்குரலிடும்
இசிவு வந்தாற் போல் கூவும்.

வெட்டுக்கிளியின் மேல் எறும்பு
அதற்குப் பெருந் தேசமாய் தெரியும்;
ஒரு மரத்தை அசைப்பதற்கு
சிறு பறவையால் முடியாது.
மேலைக்காற்று வீசுகிறது
இலைகள் பழுத்து உதிர்கின்றன
அம்புகள் இரைந்து பறக்கின்றன.

மாவோ கவிதைகள்

அநேக காரியங்கள் இங்கே
வெகு சீக்கிரம் முடிய வேண்டும்.
பூமி வட்ட வடிவில் சூரியனைச் சுற்றும்;
எந்த மனிதனுக்காகவும் இங்கே
காலம் ஒரு போதும் காத்திருக்காது.
பத்தாயிரம் ஆண்டுகளுக்கு நாம்
காத்துக் கொண்டிருக்க முடியாது.
இன்றே முடித்தாக வேண்டும்!

கோப மேகங்களும் அலைகளும்
நான்கு கடல்களையும் கலக்கும்
ஐந்து கண்டங்களையும் புயல்
சீற்றமுடன் வந்து தாக்கும்.
பேன்களை தூர விரட்டுங்கள்,
முடியாதது முடிந்து போகட்டும்

(9-1-1963)

*

# நமது ராணுவம்

எட்டாவது கம்பெனி
எதனால் பிரபலம்?
ஊழல் மலிந்த சமூகத்தில்
மக்களுக்கு சேவை செய்வதில்,
அதனால் தான் அது
நமது மக்கள் ராணுவம்,

அடக்கு முறைகளுக்கு ஆளான
அனைத்து மக்களுக்கும்
அஞ்சாதீர் நீவிர் என,
பூதங்களுக்கு அஞ்சாதீர்
பகைவர்க்கு அஞ்சாதீர் என
நமது மக்கள் ராணுவம்.

உங்கள் பிள்ளைகள் நேர்த்தியானவர்கள்
வானத்தையே துளையிடுவார்கள்
ஒழுக்கம் சிறந்தோர்,
போர்க்களத்தில் வீரம் மிக்கவர்,
நல்ல சிந்தனையோடு
அரசியலைப் பேணுவர்.

ஆய்வு செய்ததில் நல்லது
மக்களும் ராணுவமும்

ஒன்றாய் இணைந்ததுதான்.
அருகிலும் தூரத்திலும்
அதன் அசையா மனவுறுதி.
அநேக ஆண்டுகளாய்
கறைபடாது நிற்கிறது.
கம்பெனி நல்லதாம்

அதனிடம் கற்க வேண்டும்
சுயநம்பிக்கையோடு இரு!
எதிர்ப்புணர்வோடு இரு!
வாளைப் போல ஈட்டிபோல!
ரத்தக் காட்டேரிகளாயினும்
சாம்ராஜ்யவாதிகளாயினும்
எதிர்த்து நில்லுங்கள்!

பனி பொழிந்தாலும் பச்சைப்
பைன் மரம் போல நில்
நெடுஞ்சுவர் போல நில்,
அம்புபோல் வேகமாய்
அனைத்திலும் முதன்மையாய்
ஆய்வு செய் உன்னை
இன்னும் கூடுதலாய்ச் செய்

ஒற்றுமையே பலம்
சூரியனுக்குக் கீழே
எவரும் நமக்கு நிகரில்லை.

(1963)

*

# விடியல்

விடியல் வருகிறது கிழக்கு வெளுக்கிறது
சூரியோதயத்திற்கு முன் கிளம்ப முடியாது.
காலம் கடக்குமுன்பே நாங்கள்
பச்சை மலைகளைத் தாண்டிவிட்டோம்.
இயற்கைக் காட்சி விந்தையானது!

சிகரம் தாண்டிச் சிகரங்களை கடந்தோம்
கிழக்குக் கடலை அவர்கள் அடையும்வரை
தெற்கு நோக்கி எங்கள் போராளிகள்
பச்சை மலைகளினூடே அரை இருளில்
அவர்கள் பயணம் கிளம்பினர்.

*

# இரங்கல்

செஞ்சேனை வீரர்கள் பாய்ந்து பறந்தது
என் நினைவில் இருக்கிறது;
நாங்கள் இங்கும் அங்குமாய் போரிட்டோம்
அதனால் எப்போதாவதுதான் சந்திப்போம்
அந்த நெடும் பயண நாட்களில் பிரிவு,
அதனைப் பொறுத்துக்கொண்டோம்;

உனது முடிவான போரில் வென்றாய்
ஒரு காடை புதரிலிருந்து எழுந்து
மிக உயரத்தில் பறந்தது,
ஒரு கழுகு சில நேரங்களில்
சேவல் போல் கீழே திரிகிறது.
உலகைவிட்டு நீ மறைந்தாய்
எங்கள் ஆழ்ந்த இரங்கல் உனக்கு
ராஜாங்க விசயங்கள் குறித்து இனி
நான் யாரிடம் கலந்தாலோசிப்பேன்?

டிசம்பர் 1963

குறிப்பு: மார்ஷல் லுவோ ராங்குவான் (1902–1963) மாவோவின் சகதோழர்; செஞ்சேனை தளபதி. 1948–ல் கொமின்டாங் படைகளுடன் போரிட்டு வென்றார். அவரது மரணத்தின் போது மாவோ எழுதிய கவிதை இது.

*

மாவோ கவிதைகள்

# துணிச்சல்

மேகங்களுக்கு மேலே நான்
உயரப் பறக்க விரும்புகிறேன்,
ஆயிரம் மைல்கள் பறந்து சென்று
தெற்குச் சிகரத்தை நான் தொடணும்.
எனது பழைய பரிச்சயமான இடங்களை
நான் தேடிச் சென்று பார்ப்பேன்.

இங்கே வானம்பாடிகள் பாடுகின்றன
தூக்கணாங்குருவிகள் சுழலுகின்றன,
அதற்கும் மேலே நீரோடைகள்
சலசலத்துப் பாய்ந்தோடுகின்றன,
மேகமும் சாலைகளும் வானத்தை
நோக்கி நீள்கின்றன.
இதற்குப் பிறகு கண்களைக் கட்டும்
அபாயமான இடமேதுமில்லை.

மூர்க்கமான புயல் வீசும்போதும்
கொடிகள் சுருண்டு விடவில்லை;
இப்படித்தான் மனிதனின் உலகம்.
முப்பத்தெட்டு ஆண்டுகள் போயின
ஒரு சுடக்குப் போடும் நேரத்தில்.

ஒன்பதாம் சொர்க்கத்திலிருந்து
நிலவைக் கீழே இறக்க முடியும்,
ராட்சதக் கடலாமைகளைப்
பிடித்து விட முடியும், களிப்பில்
வெற்றிப் பாடல்களோடு திரும்புவோம்.
வானத்திற்குக் கீழே எதுவும் கஷ்டமல்ல
மேலே ஏற நமக்கு துணிச்சலே தேவை.

(மே 1965)

*

## கடந்தகாலம்

பலமைல் பரப்பளவுக்கு
வெட்டித் துண்டாடப்பட்ட
மரங்களின் கோரக் காட்சி
கோபுரம் போல தென்மலையின்
சிகரத்தின் மீது மேகம் குவிந்துள்ளது.
மீண்டும் எனது பழைய, பழகிய
இடங்களுக்கு மீண்டும் நான்
வந்து பார்த்தபோது
கண்ட காட்சிகள் இவைதான்.

ஆனால் புதிய புதிய வீடுகளும்
புத்தம் புதிய கூரைகளுமாய்
கோலாகலமான காட்சிகள்,
ஐந்து கிணற்று நினைவுச் சின்னம்
வெல்ல முடியாத கோட்டைபோல
செங்குத்தாய் நிற்கிறது
தாவிப் பறப்பதற்கு வண்டி
தயாராய் நிற்கிறது.

நீலக்கடல் போல அந்நாளில்
இம்மலையெல்லாம் காட்சி தரும்,
முப்பத்தெட்டாண்டுகள்

இமைக்கும் நேரத்தில் ஓடிவிட்டன,
வானமே தலைகீழாய் புரண்டது
கொடுங்கோலன் ஒழிக்கப்பட்டான்.
கலங்கரை விளக்கருகே நான்
நின்றது நினைவில் வருகிறது,
மரணமும் போராட்டமுமாய் வாழ்வு
அருகில், மிக அருகில் வதைபட்டது,
அவை நேற்று நடந்தவை – இன்றில்லை.

உண்மையான வீரர்கள் இன்று
ஆட்சி பீடத்தில் இருக்கிறார்கள்
வானில் ஜொலிக்கும் அந்தப்
பிரகாசமான நிலாவைப் போல,
புயலின் பேரிரைச்சலோடு
முழக்கமிடும் இடியைப் போல
அவர்கள் ஆட்சி புரிகிறார்கள்.

விடியல் நேரத்தில் காகங்கள்
பெரிதாய் கரையும்போது
எல்லா ராட்சத மிருகங்களும்
புகைமேகம் போல மறைந்தன.

(1965)

*

# கவிஞனுக்கு ஒரு பதில்

மாவோ

**சோ**ங்கிங்கில் மஞ்சள் நிற இலைகளின் கீழே
நாம் பரிமாறிக்கொண்ட வார்த்தைகளையும்,
கான்டனில் நாம் தேநீர் பருகியதையும்
மறக்க முடியாது என்னால்.

முப்பத்தொரு ஆண்டுகளுக்குப் பின்பு நாம்
அந்தப் புராதன நகரில் சந்தித்தோம்.
'வசந்தத்தின் கடைசி நாட்களில்
உதிரும் பூக்கள்' என்ற உங்கள்
பாடல் வரிகளை நான் வாசித்தேன்.

அதிக மனக்குமுறல் வேண்டாம், எனக்கு
உமது இதயம் வெடித்துவிடுமோ என்ற பயம்;
எதையும் தொலைநோக்குடன் பாருங்கள்
அதன்பின் ஒரு முடிவுக்கு வாருங்கள்.
குன்மிங் ஏரி ஆழமற்றது என்று
வருத்தப்பட வேண்டாம் நீங்கள்
அங்கு மீனை எதிர்பார்க்காதீர்; ஆனால்
நதியில் ஏராளமாய் உள்ளது.

லியூயாசி (1887–1958) ஒரு இடதுசாரிக் கவிஞர். 1925ல் மாவோவின் நண்பரானார். மாவோவுடன் கான்டன் நகரில் தேநீர் பருகிய நாட்கள் பற்றி அவர் கவிதை எழுதினார். மாவோவுடன் பேசிய சில மணி நேரத்தில் – பத்தாண்டுகளில் படித்தறிய வேண்டிய விஷயங்களை நான் கற்றுக் கொண்டேன் என்று கவிஞர் கூறினார்.

புரட்சி வெற்றி பெற்று, தலைநகர் பீஜிங் கைப்பற்றப்பட்ட பின் கவிஞரை 'ஹாங்காங்கிலிருந்து இங்கு வந்து விடுங்கள்' என்று மாவோ தகவல் அனுப்பினார். அவரை அரசியல் நடவடிக்கைகளில் பங்கேற்குமாறு கூறினார். அப்போது லியூயாசி ஒரு கவிதையை எழுதி மாவோவுக்கு அனுப்பி வைத்தார்.

ஒரு புதிய சகாப்தம் நீ படைத்தாய்
ஒரு புதிய வருங்காலமும் தந்தாய்.
நான் ஒரு சகாப்தமல்ல, வெறுமனே விவாதிப்பவன்,
ஒரு போராளியாவது எனக்குச் சிரமமானது.
என்னை நீங்கள் இருகரம் நீட்டி வரவேற்றாலும்
நெடுநாள் அங்கே தங்கிடமாட்டேன்
வீணாகிவிட்டன என் வாழ்நாட்கள்
மெத்த வருந்துகிறேன் அதற்காக.

என் இதயம் உண்மையில் நிரம்பி வழிகிறது
கடந்த காலத்திற்காக வருந்தமாட்டேன்
ஓ! தெற்கிலிருந்தும் வெற்றிச் செய்தி வருகிறது
என் ஊரும், பழக்கமான ஏரியும்தான்
என் உறைவிடம், என் தவபீடம்.

கவிஞர் லியூயாசி எழுதிய இந்தக் கவிதைக்குப் பதில் கவிதையாகவே தோழர் மாவோ முதல் பக்கம் உள்ள கவிதையை எழுதினார். அத்துடன் கவிஞருக்கு ஒரு கடிதமும் அனுப்பினார். "சொந்த ஊர் ஏரியை விட பீஜிங்கில் உள்ள ஏரி பிரம்மாண்டமானது. கடைசிக் காலத்தை எங்களோடு கழியுங்கள்" என்று.

ஆழமற்ற ஏரியில் மீன் இருக்காது. நதியிலேதான் மீன் பிடிக்க முடியும் என்று மாவோ தனது கவிதையில் கூறுகிறார்.

♣ ♣ ♣